Tam and Cam
Tấm Cám

The Ancient Vietnamese Cinderella Story

By Minh Quoc

Illustrated by Mai Long

East West Discovery Press
www.eastwestdiscovery.com

ấm và Cám là hai chị em cùng cha khác mẹ. Mẹ Tấm chết từ hồi Tấm mới biết đi. Sau đó ít năm, người cha cũng qua đời. Tấm ở với dì ghẻ là mẹ của Cám. Tấm phải làm lụng quần quật suốt ngày, còn Cám được mẹ nuông chiều chơi dông dài ngày nọ qua ngày kia.

Một hôm mẹ Cám sai hai chị em ra đồng hớt tép. Ai đầy giỏ thì được thưởng một cái yếm đỏ.

Tam and Cam were half-sisters. They had the same father but different mothers. Tam's mother died when she was still a toddler. A few years later, her father also passed away. Tam lived with her stepmother — Cam's real mother. Tam had to toil and slave all day long, while Cam was spoiled by her mother and would while away the time, one day after another.

One day, Cam's mother ordered the two sisters out into the paddy field to catch small shrimps, offering the prize of a red bodice to whoever could fill her basket.

Tấm không quản trời nắng nóng, mải miết hớt được đầy một giỏ vừa tôm vừa tép. Còn Cám nhởn nhơ hái hoa bắt bướm, trời đã về chiều mà giỏ của Cám vẫn chưa có tý gì. Thấy giỏ của Tấm đầy tép, Cám bảo chị:

- Chị Tấm ơi, đầu chị lấm, chị hụp cho sâu, kẻo về mẹ mắng.

Tam, unworried by the hot weather, busied herself filling her basket with large and small shrimps. Cam, meanwhile, carelessly picked flowers and caught butterflies. By the afternoon, her basket was still empty. Seeing that Tam's basket was full of shrimps, she told her sister, "Tam, your hair is dirty—wash it thoroughly or else Mother will be angry when we return."

Tấm tin là thật, xuống ao, ra tận chỗ sâu tắm rửa. Cám ở trên bờ trút hết tôm tép của Tấm vào giỏ mình rồi bỏ về trước. Tắm xong, Tấm lên bờ, thấy chỉ còn giỏ không, bưng mặt khóc. Chợt Bụt hiện lên hỏi:

- Vì sao con khóc?

Tấm kể sự tình cho Bụt nghe, Bụt bảo:

- Con thử xem trong giỏ có còn gì không?

Tấm nhìn vào giỏ và thưa:

- Chỉ còn có độc con cá bống.

Tam believed her sister and went down to the pond and found the deepest spot to have a wash. On the bank, Cam poured out all Tam's shrimps into her own basket and returned home first. After she had finished bathing, Tam climbed onto the bank and noticed the empty basket. She covered her face and wept. Suddenly, Buddha appeared and asked her, "Why are you crying?"

Tam told Buddha what had happened. Buddha then said, "Have a look and see if there is anything in your basket."

Tam looked in her basket and replied, "There is only a goby fish."

Bụt bảo Tấm:

- Con đem cá bống về thả xuống giếng mà nuôi. Mỗi bữa, đáng ăn ba bát thì con ăn hai, còn một đem cho bống. Mỗi lần cho ăn, con nhớ gọi: "Bống bống bang bang, mày ăn cơm vàng cơm bạc nhà ta, chớ ăn cơm hẩm cháo hoa nhà người".

Buddha told Tam, "Take the goby fish home, release it in the well and feed it up. Each meal, when you might eat three bowls of rice, eat just two and throw one bowl in for the goby fish. Each time you feed the fish, remember to call out, "Goby, goby — you are eating our rice of gold and silver, not just any old stale rice or plain gruel."

Dứt lời, Bụt biến mất. Tấm theo lời Bụt dặn. Mỗi bữa ăn, Tấm bớt một bát cơm, giấu đi đem cho bống. Cứ nghe tiếng gọi là bống lại ngoi lên mặt nước, đớp kỳ hết cơm rồi mới lặn. Mụ dì ghẻ sinh nghi, sai con đi rình. Cám lén ra nấp sau giếng, nghe Tấm gọi bống, Cám nhẩm thuộc, về kể lại cho mẹ. Sáng hôm sau, mụ dì ghẻ đưa cho Tấm một nắm cơm và dặn rằng:

- Con ơi, hôm nay chăn trâu thì chăn đồng xa, chớ chăn đồng nhà, làng bắt mất trâu.

Chờ Tấm dắt trâu đi rồi, mẹ con Cám mang cơm ra giếng, gọi bống như Tấm đã gọi. Bống nổi lên mặt nước, hai mẹ con bắt ngay lấy đem về làm thịt. Chiều hôm ấy, cũng như mọi lần, ăn xong, Tấm đem cơm cho bống. Tấm gọi mãi mà mặt nước vẫn phẳng lặng, không thấy bống đâu, chỉ có một cục máu nổi lên. Tấm thấy vậy oà khóc.

Đúng lúc ấy, Bụt hiện lên bảo:

- Người ta ăn thịt mất cá bống rồi. Con về nhặt xương nó, bỏ vào bốn cái lọ, rồi đem chôn ở bốn chân giường.

On saying this, Buddha vanished. Tam followed Buddha's instructions. At each meal, she held back one bowl of rice, hid it, and gave it to the goby fish. On hearing her call, the goby emerged on the surface of the water and only swam back under again after snaffling up all the rice.

The stepmother's doubts were aroused, so she ordered Cam to keep a look out. Cam stole outside and, hiding behind the well, heard Tam calling the goby fish. Cam repeated the rhyme to herself to remember it and went back to tell her mother. The next morning, the old stepmother handed Tam a handful of cooked rice and told her, "Today, graze the buffalo further out in the fields. If you graze it in the home fields, the village will confiscate the animal."

Waiting for Tam to leave with the buffalo, Cam and her mother took some rice over to the well and called the goby fish in the same way that Tam had done. The goby fish rose to the surface of the water and the two immediately caught the fish and killed it. That afternoon, just as always, Tam finished her dinner and brought a bowl of rice for the goby fish. Tam kept calling the fish but the surface of the water remained undisturbed. The goby did not appear, but a clot of blood rose to the surface. Seeing this, Tam burst into tears.

Just then, Buddha appeared and said, "They have already killed the goby fish. Go and fetch the bones, place them in four jars, and then bury the jars under the four legs of your bed."

Tấm về nhà tìm mãi, không thấy mẩu xương nào. Gà mái thấy thế kêu:

- Cục ta cục tác, cho ta nắm thóc, ta bới xương cho.

Tấm bốc cho gà nắm thóc. Gà vào bếp bới một lúc thì xương bống phơi cả lên mặt tro. Tấm nhặt cho vào lọ, đem chôn ở chân giường.

Ít lâu sau, đức vua cho mở hội mừng xuân. Mẹ con Cám sắm sửa quần áo đẹp để trẩy hội, lại trộn một thúng gạo với một thúng thóc, bắt Tấm nhặt cho xong rồi mới được đi.

Tam went back into the house and started searching, but could not find the bones anywhere. Seeing this, one of the hens clucked, "For a handful of paddy, I will dig up the bones for you."

Tam grabbed a handful of paddy for the hen. The hen went into the kitchen and, after scratching around for a while, the goby fish's bones appeared on top of the cinders. Tam put the bones in jars and buried them at the legs of her bed.

A short time afterward, the king allowed a spring festival to be organized. Cam and her mother bought some beautiful new clothes to wear to the festival. They also mixed up a basket of paddy with a basket of husked rice and told Tam that she had to separate out the two before she would be allowed to go to the festival.

Tấm ngồi nhặt thóc được một lúc, buồn tủi tấm tức khóc. Bụt lại hiện lên hỏi:

- Vì sao con khóc?

Tấm thưa:

- Hôm nay là ngày hội, dì con đem trộn gạo với thóc, bắt con nhặt cho xong mới được đi xem.

Bụt bảo Tấm:

- Để ta sai chim sẻ xuống nhặt giúp con.

Đàn chim sẻ bay xuống, kêu ríu rít, chỉ trong chớp mắt đã nhặt xong thóc ra đằng thóc, gạo ra đằng gạo.

Tam sat for a while picking out the paddy. Feeling sad and annoyed, she started to cry. Buddha appeared and asked her, "Why are you crying?"

Tam answered, "Today is the day of the festival. My stepmother mixed up this rice and paddy and forced me to separate them out again before I can go to see the festival..."

Buddha told Tam, "Let me order some sparrows down to help you separate the rice."

A flock of sparrows flew down chirping and, in the blink of an eye, had separated out the rice on one side and the paddy on the other.

Nhưng Tấm lại tủi thân khóc khi nhìn bộ quần áo vá chằng vá đụp của mình. Bụt lại hiện lên bảo Tấm:

- Con hãy đào bốn cái lọ đựng xương bống ở chân giường lên thì sẽ có quần áo mới.

Tấm đào lọ lên, thấy có đủ cả quần áo, khăn, giày đẹp đẽ. Thứ nào Tấm mặc cũng vừa như in. Trong một cái lọ còn có con ngựa bé tí teo, nhưng Tấm vừa đặt xuống đất, ngựa bỗng hí lên một tiếng, rồi lớn lên bằng con ngựa thật, có đủ cả yên cương.

Tấm mừng lắm, tắm gội sạch sẽ, thay quần áo mới rồi cưỡi ngựa đi xem hội.

But when she saw her own patched and darned set of clothes, Tam again cried with self pity. Buddha appeared again and said, "Dig up the four jars containing the goby fish's bones under the legs of your bed and you will have a new set of clothes."

Tam dug up the jars and found that they contained a beautiful set of clothes, headscarf and shoes. Everything Tam put on fit perfectly. In one of the jars, there was also a tiny horse which, when Tam placed it on the ground, gave out an enormous neigh and grew into a real horse with saddle and reins.

Tam felt overjoyed. She bathed, put on the new clothes and then rode the horse to the festival.

Chẳng may khi đi qua chỗ lội, Tấm đánh rơi một chiếc hài xuống nước. Tấm vội xuống ngựa, mò mãi mà không thấy.

Một lúc sau, voi của vua đi đến đấy, cứ kêu rống lên không chịu bước tiếp. Vua sai lính hầu thử xuống nước mò, thì nhặt được một chiếc hài xinh xắn. Vua ngắm nghía chiếc hài, rất lấy làm vừa ý, liền truyền lệnh hễ trong đám đàn bà con gái đi xem hội, ai ướm vừa chiếc hài thì vua sẽ lấy làm vợ.

Unfortunately, as she was passing through a puddle, one of her shoes dropped into the water. Tam hurriedly dismounted and searched a long time for the shoe without finding it.

A short while afterward, the king's elephant arrived at that spot and, trumpeting loudly, refused to step forward. The king ordered one of his guardsmen to jump down into the water to look. The guardsman pulled a pretty pointed-toe shoe from the water. The king examined the shoe and took a great fancy to it. He promptly gave an order that if the shoe fit any woman or girl attending the festival, he would take her as his wife.

16

Đám hội lại càng náo nhiệt vì mọi người chen nhau đến chỗ thử hài. Cả hai mẹ con Cám cùng đến ướm, nhưng không chân ai vừa cả. Đến lượt Tấm đến xin thử thì vừa như in. Chiếc hài mà vua bắt được cùng với chiếc hài Tấm đang xách ở tay vừa đúng một đôi.

Cám đứng ngoài xem, thấy vậy bảo mẹ:

- Mẹ ơi, trông ai như chị Tấm nhà ta.

Mụ dì ghẻ bĩu môi:

- Chuông khánh còn chẳng ăn ai, nữa là mảnh chỉnh ném ngoài bờ tre. Chị Tấm nhà mày làm sao mà đến được đây!

The festival became more and more animated as everyone jostled to reach the place for trying on the shoe. Both Cam and her mother tried on the shoe, but neither of their feet would fit. When it was Tam's turn to try, the shoe fit perfectly. The shoe the king had picked up and the shoe Tam was carrying in her hand made a perfect pair.

Standing apart and watching this, Cam said to her mother, "Mother, that person looks like our Tam."

The stepmother pursed her lips. "If no one takes notice of the sound of temple bells, then who will pay attention to the ring of a broken pot shard thrown out by the pond? How could your sister Tam have gotten here?"

Mãi đến khi quân lính đem kiệu rước hoàng hậu về cung, mẹ con Cám mới biết đúng là Tấm.

Tấm được sống sung sướng trong hoàng cung, đến ngày giỗ cha mới về thăm nhà.

Mụ dì ghẻ thấy Tấm về, lòng ghen ghét bừng bừng bốc lên. Mụ nghĩ ra một mưu, bèn bảo Tấm:

- Con trèo lên cây cau, xé lấy một buồng để cúng cha.

Tấm vâng lời, trèo lên cây. Lúc Tấm leo đến gần buồng thì mụ dì ghẻ vác dao chặt gốc. Thấy cây rung chuyển, Tấm hỏi thì mụ trả lời:

- Dì đuổi kiến cho con đấy mà.

Cây cau gãy, Tấm ngã lộn xuống ao chết. Mụ dì ghẻ lột hết quần áo của Tấm mặc vào cho Cám, rồi đưa con vào quỳ trước bệ rồng, nói dối rằng Tấm không may bị chết đuối, nên đành đưa em vào thay chị hầu vua.

Only when the soldiers carried the queen's palanquin back to the palace did Cam and her mother realize that it really was Tam.

Tam lived a wonderfully happy life in the royal palace, returning home only on the anniversary of her father's death.

Seeing Tam return, her stepmother's jealousy and hatred flared up. She thought up a scheme and said to Tam, "Climb up the areca palm and pick a bunch of nuts as an offering for your father."

Tam obeyed and climbed up the tree. Just as Tam reached the bunch of areca nuts, her stepmother took an axe and began chopping at the tree trunk. Feeling the tree shake, Tam called out to her stepmother, who replied, "I am just shaking off the ants for you."

The trunk of the areca broke and Tam fell down into the pond and died. The stepmother stripped off all Tam's clothes and made Cam put them on. She then took her daughter to kneel before the dragon throne. The stepmother lied that Tam had unfortunately drowned by accident. She had thus brought Tam's younger sister to take over serving the king.

Tấm hoá thành chim vàng anh bay vào cung, quấn quýt bên vua.

Từ ngày Cám vào cung, vua chẳng ngó ngàng gì đến ả, chỉ ngày đêm thương nhớ Tấm. Thấy chim quyến luyến theo mình, vua bảo vàng anh rằng:

- Vàng ảnh vàng anh, có phải vợ anh, chui vào tay áo.

Vua vừa dứt lời, con chim nhỏ rúc luôn vào tay áo nhà vua.

Tam turned into an oriole and flew into the royal palace, hovering around the king.

From the moment Cam entered the palace, the king paid no attention to her. Rather he pined, night and day, for Tam. Noticing the bird fluttering around him, he said to the oriole, "Oriole, Oriole — are you my wife nestling up my sleeve?"

As soon as he had finished speaking, the small bird snuggled into the king's sleeve.

Từ hôm ấy, những lúc rỗi việc triều chính, vua chỉ mê mải chơi với vàng anh khiến Cám hậm hực ghét con chim lắm. Một hôm Cám giặt áo cho vua, vàng anh đậu ở cành cao, véo von hót:

- Giặt áo chồng tao thì giặt cho sạch, phơi áo chồng tao thì phơi bằng sào, chớ phơi bờ rào, rách áo chồng tao.

Nghe chim kêu, Cám vừa lo sợ vừa căm tức vàng anh. Cám vội về nhà, đem chuyện kể với mẹ.

From that day on, whenever free from court affairs, the king liked to devote himself to playing with the oriole. This filled Cam with anger and hatred for the bird. One day, when Cam was washing one of the king's shirts, the oriole perched on a high branch and sang sweetly, "If you are washing my husband's shirt, make sure you wash it clean. If you are drying my husband's shirt, make sure you hang it on a long pole. If you hang it on the fence, the shirt will rip."

Hearing the song, Cam was both worried and angry at the oriole. Cam hurried home and told her mother the story.

Mẹ nó bảo: Bóp chết con chim cho mèo ăn, rồi chôn lông chim cho mất tích.

Về cung vua, Cám làm đúng như lời mẹ dặn. Chẳng bao lâu, ở chỗ chôn lông chim mọc lên một cây xoan đào thật đẹp, lớn rất mau, cành lá sum suê xanh tốt.

Her mother told her, "Strangle the bird and give it to the cat to eat. Then bury the feathers so there is no sign left."

Returning to the palace, Cam did just as her mother had told her. A short while afterward, a tall and very beautiful redwood margose sprouted up very fast, right at the place where the bird's feathers had been buried. Its green leaves and branches spread out luxuriantly.

Vua thấy cây xoan đào đẹp, liền mắc võng vào cây nằm nghỉ. Dưới bóng mát của cây, vua như thấy hình ảnh Tấm hiện ra trước mắt, nên lại càng vấn vít với cây. Cám thấy thế lại ghen lồng ghen lộn.

Một hôm Cám chặt cây, lấy gỗ đóng khung cửi. Nhưng khi Cám ngồi dệt vải, khung cửi lại kêu:

- Cót ca, cót két, lấy tranh chồng chị, chị khoét mắt ra.

Cám sợ quá, vội về mách mẹ. Mẹ Cám bảo: Đốt khung cửi đi rồi đem tro đổ thật xa. Hôm sau, ở đống tro mọc lên một cây thị lớn. Cây thị ra nhiều hoa, nhưng chỉ đậu mỗi một quả trên cành cao tít.

Seeing the beautiful redwood margose, the king tied his hammock in the tree and lay down to rest. Under the tree's cool shadow, the king seemed to see an image of Tam appear, so he grew more and more attached to the tree. Seeing this, Cam's jealousy started to run wild.

One day, Cam cut down the tree and used the wood to make a loom. When she was sitting weaving, the loom seemed to speak to her as it creaked. "If you compete for my husband, I will gouge out your eyes."

Cam was terrified and hurried home to tell her mother. Her mother said, "Burn the loom and throw out the ashes far away."

The next day, a large persimmon tree grew out of the pile of ashes. The tree blossomed with many flowers, but there was only one fruit on one of the very high branches.

Gần chỗ cây thị có một bà cụ bán hàng nước. Một hôm thấy quả thị đã chín vàng, bà cụ khẽ gọi:

- Thị ơi, thị hỡi! Thị rụng bị bà, thị thơm bà ngửi, chứ bà không ăn.

Bà cụ vừa dứt lời, quả thị đã rụng ngay vào giữa bị. Từ đấy, mỗi khi bà cụ đi khỏi nhà thì Tấm lại từ quả thị chui ra. Tấm quét nhà, nấu cơm, têm trầu cho bà cụ.

Một buổi sáng bà cụ giả vờ đi chợ, rồi rén rén trở về. Thấy Tấm từ quả thị chui ra, bà mừng quá, vội xé tan vỏ thị đi. Từ đó Tấm ở với bà cụ bán hàng, được bà thương yêu như con gái.

An old woman was selling tea at a stall near the persimmon tree. One day, seeing the persimmon fruit golden ripe, the old woman called softly, "Fall into my basket, persimmon. If you are fragrant, I will only smell you, not eat you."

Just as she had finished speaking, the persimmon fell down right into her basket. From then on, whenever the old woman left her house, Tam appeared from out of the persimmon fruit. Tam swept the house, cooked dinner and prepared betel nut for the old woman.

One morning, the old woman pretended to go to the market, then stealthily returned to the house. Seeing Tam appear from out of the persimmon fruit, the old woman was overjoyed and tore up the skin of the persimmon. From then on, Tam lived with the old woman selling tea at the stall and was loved like a daughter by the old woman.

29

Hôm ấy vua đi qua, thấy miếng trầu cánh phượng bày trong quán giống hệt miếng trầu Tấm têm khi xưa, liền tỏ ý muốn gặp người têm trầu. Tấm được bà cụ gọi, vừa bước ra đến cửa, vua nhận ngay ra hoàng hậu của mình và xin với bà cụ được đón nàng về cung.

Cám thấy Tấm trẻ đẹp hơn xưa, liền hỏi:

- Chị Tấm ơi, chị Tấm, chị dầm sương dãi nắng, đi vắng khá lâu, sao giờ chị trắng?

Tấm đáp:

- Có muốn trắng, để chị bày cách cho.

Hôm sau, Cám bắt chước theo lời Tấm kể: ả ngồi trong một cái hố sâu, rồi gọi người đem nước sôi giội xuống để được xinh như Tấm.

Nghe tin con gái bị bỏng mà chết, mụ dì ghẻ uất lên, ngã vật xuống đất và tắt thở.

Từ ngày ấy, Tấm mới được sống sung sướng và hạnh phúc.

One day, the king passed by and noticed a betel leaf rolled into the shape of phoenix wings displayed at the stall in just the same way that Tam had prepared betel nut in the past. He immediately asked to see whoever had prepared the betel nut. When Tam was called by the old woman and stepped out of the door, the king immediately recognized her as his queen. The king asked the old woman if he could take Tam back to the palace.

Seeing Tam looking younger and more beautiful than before, Cam asked her, "Tam! You have been away so long — drenched by the dew and burnt by the sun. Why is your complexion now so fair?"

Tam replied, "If you want to be fair, let me show you how."

The next day, Cam copied what Tam had told her to do. She sat in a deep pit and called people to pour boiling water over her — in order to become as pretty as Tam.

Hearing that her daughter had been scalded to death, the stepmother cried out in sorrow, fell to the ground and breathed her last breath.

Only from that day on was Tam able to live joyfully and happily ever after.

Copyright 2006 © Published in the United States by East West Discovery Press.
East West Discovery Press
P.O. Box 2393, Gardena, CA 90247
Phone: 310-532-1115, Fax: 310-768-8926
Website: www.eastwestdiscovery.com

Text copyright © 2000 by Minh Quoc
Illustrations copyright © 2000 by Mai Long
English translation copyright © 2000 by William Smith
Project Director: Pham Quang Vinh
Editors: Tran Ha, Marcie Rouman
Cover Design & Production: Albert Lin

First published in Vietnam in 2000 by Kim Dong Publishing House.

Library of Congress Cataloging-in-Publication Data

Minh Quốc, 1953-
   Tam and Cam = Tấm Cảm : the ancient Vietnamese Cinderella story / by Minh Quốc ;
illustrated by Mai Long. -- 1st U.S. bilingual English and Vietnamese ed.
     p. cm.
   Summary: Aided by Buddha, Tam faces the jealousy of her stepmother and stepsister through
several incarnations, ultimately regaining her position as bride of the king who has loved her as
a bird, as a tree, and as herself.
   ISBN-13: 978-0-9701654-4-2
   ISBN-10: 0-9701654-4-7
   1. Stepsisters --Folklore. [1. Folklore --Vietnam. 2. Fairy tales. 3. Vietnamese language
materials --Bilingual.]   I. Mai Long, 1930-   , ill. II. Title. III. Title: Tấm Cảm.
PZ90.V5M56 2006
398.2--dc22
[E]
                                                                      2006009206

First U.S. Bilingual English and Vietnamese Edition 2006
Printed in Vietnam
Published in the United States of America

32